અવધૂતની અટારીએથી

(કાવ્યસંગ્રહ)

મનુ પટેલ "અવધૂત"

Awadhut Ni Atariyethi : Poems by Manu Patel "Awadhut",
Fanaa Book publication, surendranagar, 2025

પ્રથમ આવૃત્તિ : 2025

મૂલ્ય : રૂ. 150 /-

પ્રકાશક :
ફના બુક પ્રકાશન,
સુરેન્દ્રનગર,
9313292321

અર્પણ

આસુદેવ દાદાની પ્રેરણા અને, આશીર્વાદથી લખાયેલા આ શબ્દપુષ્પને,
મારી સ્મૃતિમાં જીવંત એવા મારા પૂજ્ય પિતાશ્રી પરસોતમદાસ રણછોડદાસ પટેલ
(મુખી જામળાગામ, ૧૯૬૧ થી ૧૯૭૦) અને,
માતૃશ્રી માણેકબેન પરસોતમદાસ પટેલને તથા,
મારું મૂળ જ્યાં કાયમને માટે જોડાયેલું છે, તેવા મારા સરસ મજાનાં જામળા
ગામને...
મનુ પટેલ "અવધૂત"

સામગ્રી

સામગ્રી

પ્રસ્તાવના

બોટાદમાં માતૃભાષા દિનની ઉજવણી 21ફેબ્રુઆરી 2025ના રોજ કાર્યક્રમ યોજાયો, જેમાં મારી બાજુમાં બેઠા હતા મનુભાઈ પટેલ "અવધૂત". પ્રત્યક્ષ મળવાનો એ પહેલો મોકો. પણ નજીકથી નીરખીને નવાઈ લાગી કે, ફેસ ટુ ફેસ મળેલા આ "દાદા" એ જ વ્યક્તિ છે કે, જેમણે એક સપ્તાહ પહેલાના વેલેન્ટાઈન ડેના નિમિત્તે ફેસબુકમાં મને તરબતર રોમેન્ટિક રચના મોકલેલી? એ વાંચો તો કોઈ મુગ્ધા તરુણ / ટીનએજર લાગે ને આ તો જમાનાની થપાટો ખાઈને કડેધડે એવા વડીલ!

આ વડીલપણું તો ચંદ સેકન્ડોનાં એમના ખડખડાટ હાસ્ય જોડે ઓગળી ગયું. સહજ, સરળ અને, સ્મિતસભર વ્યક્તિત્વ. સૂટ પહેર્યો હોવા છતાં મનમાં કોઈ ઠાઠઠઠારો નહીં, ઠઠ્ઠામશ્કરી ખરી! ત્યાં જ એમણે પ્રેમ નીતરતી કવિતાઓની હેલી વરસાવેલી. મને પણ રીતસર પ્રેમપાશમાં બાંધી લીઘેલો. તત્કાલ એમણે કહ્યું, "મારા કાવ્યસંગ્રહની પ્રસ્તાવના લખી દો."

તો આ છે એ પ્રેમનો પ્રતિસાદ. 'અવધૂત'ના ઉપનામે વારંવાર યાદોની ગલીઓમાં ભટકવા નીકળી પડતા આ કવિ મૂળ તો ટેકનોક્રેટ, એન્જિનિઅર અને, અનેક દેશ-દેશાવરમાં ફરતા ફરતા અમેરિકામાં સ્થાયી થયા, એ થયો એમનો બાયોડેટા. પણ

એમના 'સોલ' યાને આભાનો ડેટા જોઈંતો હોય તો આ કિતાબમાંથી તમારે પ્રિઝમમાં પ્રકાશનું કિરણ પસાર થાય, એમ પસાર થવું પડે, ને પછી તમે સતરંગી થઈ જાવ!

મનુભાઈના કાવ્યો મોટાભાગે અછાંદસ પણ એમાં લય વહ્યા કરે. એ ક્ષણને ગાલના ખંજનમાં ગોઠવે અને, સૂર્યના કિરણોને ખોબલામાંથી વીણે! નોટોનું તાપણું કરીને બાની આંગળી પકડતું ભોળું બચપણ થઈ જાય, ઝાકળના બિંદુઓની માળા બનાવે અને, કાચી કેરી તોડતા અંબોડામાં ઝૂંપડી બનાવી આરામ ફરમાવે!

મજાની વાત એ છે કે આ અવધૂતે જિંદગી પરદેશમાં ગાળી, આજે પણ પરિવાર સહિત અમેરિકામાં સ્થાયી છે, પણ ગુજરાતી ભાષા ભૂલ્યા નથી. હજુ એ અમેરિકા બેઠા બેઠા જામળા ગામમાં લટાર મારે છે. આ પધ્ધની આંગળી ઝાલીને, પાછા સ્મૃતિઓને તડકો પડે એમ સૂકવી દેવાની સાવચેતી રાખે છે કારણ કે, જીવન તો વર્તમાનનું વાસ્તવ છે. ગમી જાય એવી વાત એ છે કે પ્રેમના પ્રદર્શન બાબતે એ ચિરયુવા છે. ચુંબનની પ્રગાઢતા લખવામાં કે હૈયામાં ઉડતી હેલીને મિલનમાં ફેરવવામાં એમને દંભી શરમસંકોચ નડતા નથી.

કવિ તો ખરા, આવા ખુલ્લા મનના માણસની આપણને જરૂર છે. એક એવા સિનિયર સિટીઝન જે સિનિયર લખ્યા વિના શબ્દોની સિસોટી મારી શકે! વરસો ઉમેરાતા જાય છતાં જુવાનીને અંતરમાં થનગનતી રાખી શકે. આ પ્રેમપદારથના પરખંદાને ઝાઝેરું વ્હાલ....

જય વસાવડા

(Planetjv.net)

સ્વીકૃતિઓ

મનુભાઈ પટેલ કવિ અવધૂત મારા માટે તો મારા દાદુ. ભલે અમેરિકામાં રહેતા હોય કે 22 થી વધુ દેશોનો પ્રવાસ કરી ચૂકેલા હોય છતાં મારા દાદુના દિલમાં હંમેશાં ભારત જ રહ્યું છે.

મારા દાદુ સાદગીથી લથબથ વ્યક્તિત્વ ધરાવનાર ખેડૂત પુત્ર અને જામળા ગામનું ખમીરવંતુ ખમીર છે. મને એમની સાથે જામળા ગામ જવાનું સૌભાગ્ય પ્રાપ્ત થયું હતું. એમનું ખેતર-ઘર જોયા ત્યારે એમની શૂન્યમાંથી સર્જન કરવાની યાત્રાનો ખરા અર્થમાં પરીચય થયેલો. એ ખેતરથી હજુ બા માથે ભારો લઈ એક દીકરાને તેડી બીજા દીકરાને આંગળીએ લઈ આવતા દેખાય છે. દાદુની આ સર્જનયાત્રામાં બાનો ફાળો પણ મહામૂલો છે. દાદુ પરદેશ અને બાએ અહીં એકલા હાથે ખેતમજૂરી કરી ત્રણ બાળકોને ભણાવી ગણાવીને ઉંચી ઉડાન ભરતા શીખવ્યા.

દાદુ એક દેશથી બીજા દેશ પોતાની જાતને ઘડી રહ્યા હતા એ સમયે એમનો કવિ જીવ કંઈ છૂપો નહોતો એ પણ વાસ્તવિકતાને પોતાનું સ્વરૂપ આપી રહ્યો હતો. જે એમની રચનાઓમાં ઉડીને આંખે વળગે તેવો છે. એમનું ગામ... એમના બા... ખેતર... ઓઢણી... જેવા વિષયો એમની કવિતામાં સાહજિક રીતે આવે છે. એમની અમદાવાદ

પરની કવિતા હોય કે સાબરમતી નદી પરની કવિતા હોય સર્વમાં માત્રને માત્ર એમનો દેશપ્રેમ ઉજાગર થાય છે.

સમગ્ર ભારતના સર્વપ્રથમ 'વર્લ્ડ હેરીટેજ સિટી' અમદાવાદ શહેરના 614માં સ્થાપના દિવસે એમણે અમેરિકા બેઠાં બેઠાં જે કવિતા લખેલી એ કવિતા મંગળદાસ ટાઉન હોલમાં એમણે પાંચેક વર્ષ પહેલાં રજૂ કરી હતી અને એમને ત્યાં સરદાર પટેલ એવોર્ડથી સન્માનિત કરવામાં આવ્યા હતાં. આ ઉપરાંત ભારતીય સરકારના હ્યુમન રાઈટ કમિશ્નર અને અમેરિકન સરકાર (નસાઉ કાઉન્ટી, ન્યુયોર્ક)ના સંયુક્ત ઉપક્રમે આપણા સ્વાતંત્ર્ય દિવસ એટલે કે 26 January 2024ના રોજ એમને વિશિષ્ટ એવોર્ડથી સન્માનિત કરવામાં આવ્યા. એ રીતે દાદુએ અમેરિકામાં પણ ભારતનો ડંકો વગાડ્યો હતો.

તેઓ સાહિત્ય અકાદમી, સાહિત્ય પરિષદ અને સાહિત્ય વારસો પ્લેટફોર્મ આયોજિત કાર્યક્રમોમાં મુખ્ય અતિથિ તરીકે રહી ચુક્યા છે. જામલા ગામ હોય કે ન્યુયોર્ક તેઓ હંમેશાં સાદગી સભર અને નિજાનંદી રહ્યા છે. આ ઉંમરે પણ એમને વિશ્વની સૌથી ઊંચી ઝીપ લાઈન કરીને એમની સાહસિકતાનો પરચો આપી સૌને આશ્ચર્યચકિત કરી દીધા. એમના વ્યક્તિત્વની સૌથી મોટી ખાસિયત એ છે કે એ નાના સાથે એકદમ નાના અને મોટા સાથે મોટા થઈ ભળી જાય છે.

દાદુ, જ્યારે તમારું પહેલું પુસ્તક પ્રકાશિત થવા જઈ રહ્યું છે ત્યારે મારા આનંદનો કોઈ પાર નથી. હું ઘણી નાની પડું છતાં શુભેચ્છાઓ આપવાથી રહેવાતું નથી. "અવધૂતની અટારીએથી" પ્રથમ પુસ્તક માટે આપને અઢળક અઢળક અઢળક અભિનંદન સહ શુભેચ્છાઓ.

આપની લાડકી દીકરી
દિવ્યા મંડલી

લાગણી સાથે શબ્દને સમૃદ્ધ કરવાની દિશામાં દોડતા સર્જક શ્રી મનુભાઈ પટેલ

કલમનું કામ તો અંતરદ્વારેથી વિચારોને ઝીલીને ભાવક સુધી લઈ આવવાનું હોય. સર્જકનાં ભાગ્યના ભાગીદાર કોઈ નહીં, કલમ ફરે અને, શબ્દની સરવાણી ફૂટે તેના જેવો રૂડો એક પણ ઉપક્રમ નહીં. હા! હું એવા જ સર્જકની વાત કરું છું કે, જેવો નખશિખ લાગણીનાં તાંતણે જોડાયેલા છે. તેમનું નામ છે શ્રી મનુભાઈ પટેલ. સાહિત્ય ક્ષેત્રે એમનું નામ કવિ 'અવધૂત' અને, મારા જેવી દીકરીઓ માટે વ્હાલા દાદુ અને, બા. જેમને હાસ્ય સાથે નિસ્બત છે, તેમના ચહેરા પરનું હાસ્ય ક્યારેય ઝાંખું ન થાય. દાદુ અને, બાને મળવાનું થાય ત્યારે સહજ એવી લાગણી ઉદ્ભવે કે, જાણે તેમને વરસોથી ઓળખીએ છીએ.

મનુદાદાનો જન્મ 30-04-1955માં ઉત્તર ગુજરાતનાં રળિયામણા ગામ જામળામાં થયો હતો. નાનપણથી જ અભ્યાસ ક્ષેત્રે તેવો અગ્રસ્થાને જ રહ્યા હતાં. તેમના સમયમાં ગામડાંનાં બહુ જ ઓછા વ્યક્તિઓ એન્જિનિયરિંગનો અભ્યાસ કરતા એવા સમયે તેઓ ઇન્સ્ટ્રુમેન્ટ એન્જિનિયર બન્યા. અને ભારતની મોટામાં મોટી ફર્ટિલાઇઝર કંપની GSFCમાં આઠ વર્ષ સુધી પોતાની કામગીરી બજાવી. ત્યારબાદ અનેક નામાંકિત ઓઈલ કંપનીઓમાં તેમનો બોહળો અનુભવ રહ્યો હતો. તેમની કુશળ કામગીરી અને,

બહુમુખી પ્રતિભાને ભારતના સીમાડા બાંધી ન શક્યા, ઈરાન, કતાર, કુવૈત, ઓમાન, UAE, સાઉદી અરેબિયા જેવા અનેક દેશોની મોટી ઓઇલ કંપનીઓમાં પણ તેમના કાર્યની સરાહના કરવામાં આવી હતી. આમ જોતજોતામાં 22 દેશોમાં તેમને સફળ પ્રવાસ કર્યો.

વિદેશમાં વધુ વસવાટ કર્યો હોવા છતાં પણ તેમનો મિજાજ અને, મન બંને વતન સાથે જોડાયેલા રહ્યા. એમના માતૃભૂમિ સાથેનાં ખેંચાણે તેમની અંદરના સાહિત્યને જીવતું રાખ્યું. ગુજરાતી સાથે સાથે તેમની હિન્દી અને, સંસ્કૃત ભાષા પરની પકડ પણ ખૂબ જ મજબૂત હતી. યુવક મહોત્સવમાં નિબંધશ્રેણી, કાવ્યપઠન, વકતૃત્વ તેમના પસંદગીનાં વિભાગો હતાં. 1971માં અમદાવાદના સંદેશ સેવકમાં તેમની પ્રથમ કવિતા 'સંસાર લીલાના સારથીને' 14 લીટીનું સોનેટ ડૉ. મફત ઓઝા દ્વારા પ્રકાશિત કરવામાં આવ્યું હતું. ઇન્સ્ટ્રુમેન્ટ એન્જિનિયર તરીકે પોતાના કામની નિવૃત્તિ લીધા પછી શબ્દની નવી ક્ષિતિજ તેમની રાહ જોઈને બેઠી હતી. વરસાદ પડે ને જમીનમાં દટાયેલા બીજ ઊગી નીકળે તેવી રીતે તેમની અંદર સાહિત્યની પ્રતિભાનું બીજ ખીલ્યું, મહેક્યું, ચોપાસ પાંગર્યું અને, લોકહૃદય સુધી પહોંચ્યું.

સાહિત્ય ક્ષેત્રે તેમની રુચિ અને આગવી પ્રતિભાનાં પોષણા કરતા અનેક સન્માન તેમને પ્રાપ્ત થયા છે. શેઠ મંગળદાસ ટાઉનહોલમાં તેમને સરદાર પટેલ એવોર્ડથી સન્માનિત કરવામાં આવ્યા, આ ઉપરાંત તેમને ગ્લોરીયસ એવોર્ડ પણ મળેલો છે. 26મી જાન્યુઆરી 2024ના દીવસે તેમને અમેરિકન સરકાર અને, ભારત સરકારનાં સંયુક્ત ઉપક્રમે વિશિષ્ટ નાગરિક તરીકેનો એવોર્ડ આપી સન્માનિત કરવામાં આવ્યા હતા. સાહિત્ય પરિષદ, સાહિત્ય અકાદમી અને, સાહિત્ય વારસો અંતર્ગત અનેક કાર્યક્રમોમાં તેઓ મુખ્ય અતિથિ તરીકે ઉપસ્થિત રહ્યા છે.

કાવ્યશ્રેણી તેમનો રસનો વિષય છે. અને તેના ફળસ્વરૂપ પ્રગટ થતું તેમનું આ પ્રથમ પુસ્તક 'અવધૂતની અટારીએથી' માટે મનુદાદા અને, બાને ઢગલાબંધ શુભેચ્છ પાઠવું છું.

- વૈશાલી જીવાણી
(રાજકોટ)

1. નથી ખબર

મને શું જોઈએ તેની મને નથી ખબર,
આંખો મીંચીને પડ્યો હોઉં આડો ને,
ક્યારેક મન બુલેટ ટ્રેન ઝડપે
ક્યાંક પહોંચી ગયું હોય,
શૈશવના સમણાં ક્યારેક
તાજી સ્ટ્રોબેરીના જ્યુસની જેમ ગળ્યુ છું.
મારી બાની પછેડીના કટકેથી
સોય-દોરે સાઘેલી ચંપલોની પાછળ નાનકડો મનુ,
માણકી બાની આંગળી પકડી ખેતરના શેઢે
ડગુંમગું ચાલતો દેખાય છે.
થયો સહેજ મોટો તો ભેંસોને હવાડે
પાણી પાવા લઈ જતાં આવડી ગયું 'તું.
પછી તો માથું ઓલ્યા પક્ષીઓ
બીવડાવવા ઊભા કરેલા
ચાડિયાની ચોગરદમ હલે તેમ છતાં
નાની શી ઘાસની ઝૂડી
માથે મૂકીને ખેતરથી ઘેર જતાં શીખી ગયો.
હા શૈશવ સાવ ભોળું હતું
ને વધારે તો બા ભોળી હતી,
હવે તો મોટા થઈને
આંટીઘાટી વાળા જીવનમાં
ચોગરદમ પાકાં ઘંટ ખ્યાલો વચ્ચે
નિસ્પૃહ રહી ઝાકળની ઉપર જેમ
પાણીનું બિંદુ પાંદડાને ન પલાળે
તેમ જીવતાં આવડી ગયું છે.
હજીયે મને શું જોઈએ
તેની મને નથી ખબર.

૨. રાસે રમીએ

શ્યામ શમણું ખર્યું ને તારી યાદ આવી...
પ્રિત્યુનાં પારેવડાં પ્રગટી ઊઠ્યાં ચોગરદમ,
વનવગડે મોહર્યા કેસુડાંના ફૂલ....
હાલને... શામળીયા આજ રાસે રમીએ...

મારા મનની વાત્યુંનાં ઉખેણાં ઉકેલીએ...
નયનું મારા આસમાની અટારીએ નજર્યું માંડે.
મારા ઓષ્ટની ભીનાશે ભીનાશે...
તારી યાદોનાં સરોવર ભર્યાં....
તારા ઉડતા કેશકલાપની મધ્યે શોભતા,
નાજુક લલાટે એક લાલચટ્ક બિન્દી...

તું તો ઊંબરે ઊભી ઊભી વિચારે...
"મારો શામળિયો આજ આવશે કે નહીં?"
તારા મુખારવિંદે બાઝેલાં પ્રસ્વેદ બિંદુઓ...
હજીયે લાલ બની ટપકે છે મારી જીભ ના ટેરવે.

આવને વ્હાલી આજ પ્રિત્યુના અષ્ટકોણો રચીએ,
ગહેકી ઊઠે છે તું ઓલ્યા કલા કરતા મોરની જેમ,
"હાલ ને મારા... શામળીયા... આજ રાસે રમીએ."

3. સરવાળા

માણસ માણસને છેતરી શકે છે, ઈશ્વર ને નહીં.
ઈશ્વર ને ત્યાં દેર છે, અંધેર નહીં.

આયનાની સામે ઊભા રહી,
ક્યારેય તમારી જાતને નીરખી છે?
ગર્વના ગુણાકાર કરવા તમારી તાસીર છે પણ
તમને ખબર પણ નહીં પડે ને !
બરબાદીનો ભાગાકાર કરી દેશે તે.

રાત પડે ને તમારી કરેલી ભૂલોનો,
સરવાળો મારવાનું શીખી જાઓ.
નહીં તો ? કંઈક બાદબાકી થઈ જશે,
તેની યે નહીં પડે ખબર!

માણસ થઈ ને માણસ ઉપર નફરત કેમ કરો છો?
શું તમને બીજા ને છેતરતાં ને
છવાઈ જતાં આવડી ગયું છે એટલે?
મહાન થઈ ગયા છો તમો?
ક્યારેય માંહ્યલાનો ધીમો અવાજ સાંભળ્યો છે?
ન સાંભળ્યો હોય તો જીવનની આ તેજ રફતારમાં
જરા વિસામો લઈને જરા સાંભળી જુઓ...

બસ મારે કંઈ જ કહેવું નથી!
માર્યાં કરો તમે બધા સરવાળા "અવધૂત" !

4. જામળા ગામ

મારા ગામની મહેક અને મારી ધરતીનો રંગ
મારી અંદર લઈ ને જીવું છું...
ભલેને ઉપરના રંગ નોખાં થઈ ગયા હોય!
ખાખી દફતર લઈને ચડ્ડી પહેરીને સ્કૂલમાં જતા.
રસ્તામાં બોર અને કાચી કેરી તોડી ને ખાતા...
જિંદગીના સપનાં ને ડમરાના ફૂલની જેમ
રુમાલમાં ભેગાં કરી ને સુગંધ લેતા...
ઢોળ ભલેને શહેરનો ને વિદેશનો ચઢ્યો હોય,
પણ ભીતરની માટી તો એના એ જ...
મારા જામળા ગામની છે...
શહેરની આ આસ્ફાલ્ટની સડકમાંથી
પહેલાં વરસાદના ફોરાં ધોધમાર પડે
તો પણ નથી આવતી ખૂશ્બુ...
જે મારે ગામડે તો સહેજ ફોરાં પડે ને આવે.
ચોગરદમ ભીની માટીની ખૂશ્બુ મહેકી ઉઠતી...
આસુદેવ મહાદેવના મંદિરીયાથી રામજી મંદિર સુધી.
એ જમાનામાં ગટરો નહોતી.
કાગળની હોડીઓ તરતી,
નાગાંપૂગાં છોરાં વર્ષાને ચિચિયારીઓથી વધાવતાં !
આજે તો મારી પાસે ઢગલો ફદિયા છે પણ
તે જમાનામાં તો આનો એક મેળામાં જવા
લેવા માટે બાપુજીને મહીના પહેલેથી કરગરવાનું શરૂં કરવું પડતું.
મોદીની દુકાનેથી એકાદી પીપરમેન્ટ લેવા
ગામના મુખી એવા મારા બાપુજીનું બાંધેલું ફળિયું
બે હાથની હથેળીઓ ભેગી કરી અકબંધ ઘરે પહોંચાડવું પડતું.
જે કંઈ હતું તે મારી પોતિકી જનમભોમકા...!
એવું મારું જામળા ગામ હતું અવધૂત.

5. તને જોઉં છું

જ્યારે જોઉં છું, ત્યારે તને જ જોઉં છું,
આથમતી સંધ્યાની લાલિમામાં તને જ જોઉં છું.
રવિના કુમળા કેશરવણી કિરણોમાં તને જ જોઉં છું.
અનિલની મદભરી મૃદું લહેરખીઓમાં તને જ જોઉં છું.
સાગર કિનારે ક્ષિતિજોની પેલે પાર તને જ જોઉં છું.
થાય છે કે ખૂંટે બાંઘેલ આ હાલકડોલક નાવડી ને ખૂંટેથી છોડાવીને,
સાત સમંદર પાર તારી સમીપે આવી જાઉં !
પછી તને જ જોઉં છું ના ઉપરાછાપરી પડતાં હૃદય ઉપરનાં
હથોડાના ક્રૂર અવાજોથી થોડો છૂટકારો તો મળી જાય.
ને મલપતા તારા હાસ્યથી લદાયેલા ગાલના ખંજનરૂપી ખાડામાં
આંખો મીંચીને ડુબકીઓ મારી ડૂબી જાઉં..!
આમેય આ સાત સમુંદર પાર રહીને તારા મિલનના
મૃગજળ પાછળ દોડી દોડીને થાક્યો છું...
મારા આળા થયેલા મનને થોડીક શાતાં તો મળે...
તારા છૂટા થયેલા અંબોડાના કેશકલાપમાં
મારે એક નાનકડી ઝૂંપડી બનાવીને સૂઈ રહેવું છે...
અનંત સદીઓ સુધી પછી ભલેને કોઈ પ્રલય પણ આવે...
મારે તો શાંત ચિત્તે પોઢ્યા જ કરવું છે...
તારે મને ઉઠાડવો હોય તો પણ મારે જાગવું જ નથી...!

6. આપણે

સંગ થયો છે તમારો તો આજે જ્ઞાનની વાતો કરીશું,
ને આત્માની શુધ્ધિ માટે સ્વાધ્યાય કરીશું.

સ્નેહના સુપડે ચડાયેલ મોતીના દાણા જેવા છો તમો બધા,
બાળકોના મુખેથી આછેરી લુપ્ત થતી ગુજ્જુભાષાને,
તેમના મુખેથી સરસ્વતીની જેમ વહેતી કરવી છે આપણે.
તેમના નિર્દોષ હાસ્યને મલપતું કરવું છે.

ક્વચિત ભણેશરીનું ભૂંગળું થતાં યુવાન યુવતીઓને
નમ્રતાના પાઠ શીખડાવવાના છે આપણે.
મળ્યા છીએ આપડે બધા એક માણસ તરીકે તો માણસાઈના દીવા
પ્રગટાવવાના છે આપણે.

બહુ જ સારા કુટુંબમાંથી આવો છો તમો બધા પણ
ક્વચિત ધમંડના ઓછાયાં તળે આવી જતા અટકાવવાના છે આપણને.

મળીશું-હળીશું ને મુખ પર સ્મિતદાં રેલાવશું,
નાના નથી કોઈ, મોટા નથી કોઈ, આપણે તો યોગેશ્વર ના સંતાનો સૌ સરખા.
આવો પ્રેમની સરિતા રેલાવીએ.
ભૂલ્યા નથી કશું, ઊંડે ઊંડે હૃદયમાં ઘણું બધું ધરબાયેલું છે.

આપણી સંસ્કૃતિનું ઉન્મુક્ત ઝરણું પણ
તેને મૌનના તાળા ખોલીને બહાર લાવવાનું છે.
મુક્ત મને મળવામાં ક્યારેક સંકોચનાં જાળાં જામી જાય છે.
વાળી-ચોળીને ચોખ્ખાં કરવાં છે આપણે.
બધું ય ભર્યું છે સકારાત્મક.

7. મને ગમે છે

મારા ઘરની દીવાલો ને હાથ અડકાવું,
ને જાણે દિવાલો ધબકી ઊઠે છે.
તેની અગાસીમાં ઊભા રહીને આભલાના
શિયાળે, ઉનાળે ને ચોમાસે બદલાતા રંગો में માણ્યા છે.

બધું જ ભૂલી જઈ ને..!
મારા ડનલોપ ગાદલાના પલંગમાં બપોરના વામકુક્ષી
કરીને સૂતાં સૂતાં કાચની શટરવાળી બારીમાંથી
બપોરનો તડતડતો તડકો હું માણું છું...

ક્યારેક મોડીસાંજે સૂતાં સૂતાં આભમાંથી ઊગું ઊગું
કરી રહેલ શીતળ ચાંદની માણું છું...
વહેલી પરોઢના સૂરજ પૂર્વાકાશમાં સહેજ ડોકિયું
કરે તે નીરખું છું... મને મારું ઘર ગમે છે...

અગાશીઓમાં મૂકેલા ફૂલોનો પમરાટ ગમે છે...
ચોતરફ ખુલ્લા ઘરમાં મુક્ત મને
ઘૂસી જતી અનિલની લહેરખીઓ ગમે છે...

પવનના જોરે ખૂબ જ કુશકિ જેવાં આછેરાં,
ફોરાંમાં ભીંજાઈ જવું ગમે છે...
દિવાન ખંડમાં મૂકેલા પિત્તળની સાંકળોવાળા
નાગર હિંચકે સ્મરણો ઝૂલાવવાનું ગમે છે...

ત્યારે....? મારી અંદર કંઈક વસંતના વનમાં
ફૂટતા અંકુરોની જેમ કંઈક ફૂટે છે... કશુંક મને ગમતું...
કેટલાંયે સ્મરણોના વન આજે લીલાંછમ થઈ ગયાં...

8. શાને માટે દોડવાનું...?

આમ તો આ બધું તડકા જેવું જ હોય છે...
તમો ઇચ્છો કે નહીં,
તમારી ત્વચાને અડકી ને પસાર થઈ જાય છે...
તમને દઝાડે... તમને તતડાવી નાખે...
તમને અકળાવી નાખે...

પણ...?

શું તેના વગર જીવન સંભવ છે..?
તકલીફો, સવાલો અને પીડાઓ હોય જ નહીં...
તો જિંદગીમાં બીજું બચે જ શું..?

શાને માટે દોડવાનું..? શું મેળવવાનું..?
અને મેળવ્યા પછી એ શું ગુમાવવાનું..?

મારો ચહેરો રોજ હું અરીસામાં ધોવું છું,
પાણીની છાલકો મારીને..!
મારા પ્રતિબિંબ સાથે, આંખોમાં આંખો ગોઠવીને..!

જિંદગીનું એક નવું પ્રકરણ
શરૂ થવાની રાહ જોતાં ત્યારે..
આશાની નવી ટશરો ફૂટે છે મારા ભાલમાં..!

૭. દરિયો

મારી અંદર એક ઊફળાતો દરિયો છે.
અંધારામાં ઘૂઘવતો એક દરિયો છે.
ઇચ્છાઓની જેમ ઉછળતો દરિયો છે.
પ્રાંત:કાળના અજવાળામાં દેખાતો દરિયો છે.

સોનેરી રંગનો શાંત, ગંભીર અને સમજદાર દરિયો છે.
હું તો કિનારીએ ઊભો રહી છીપલાં વીણું છું.
ને દરિયાની નજર પડે ત્યાં સુધીની ક્ષિતિજ,
આજનો ઢળતો સૂરજ નિહાળું છું...

હવે તો રાતલડીની વેળા થઈ...
શાંત થઈ જશે બધું...હવે તો...
દરિયા કિનારાના નારિયેળીના ઝૂંડ વચ્ચે,
વાંસની સળીઓથી બનાવેલ મારી ઝૂંપડીમાં જઈને...
શાંતચિત્તે સૂઈ જવું છે મારે...

આ બરછટ છતાં વહાલા લાગતા...
લીંપણમાં પાણિયારાની નાની શી
ઓટલીનું ઓશીકું બનાવીને,
મારી અંદર એક ઊફળાતો દરિયો છે "અવધૂત".

10. સોનેરી દિવસો

તમને બધું જ જોઈતું હોય ત્યારે કશું એ ન મળે,
ને જ્યારે બધું જ મળે ત્યારે એ મળ્યાનો આનંદ
લૂ ઝરતી બપોરમાં વરાળ થઈને ઊડી જાય,
કે લેપટોપમાંથી ડિલેટેડ થઈ જાય..!

આજ રાતે તો ઘણો ય બંદોબસ્ત કરીને સૂતો...
"સપનાની રાજકુમારી સંગ પરિણયના ફાગ ખેલું!"
પણ...? સવારના ઉઠ્યો ત્યારે બારીમાં સૂરજનો
તડકો હતો ને બારણામાં કોઈ હાથમાં વેલણ
લઈને ઊભું હતું જાણે કે...

આ નમતી સવારે બળબળતું બપોર ન હોય?
"આ ચા ઠીકરા જેવી થઈ જાય છે...
ડહવી હોય તો ડહી લો...
હું તો આ ચાલી મારી સહિયરો ને ઘેર..."

હા, એક જમાનાની યાદો તાજી થઈ જાય છે...
કોઈ હોઠ ચૂમીને ઉઠાડતું...
નોકરી જતાં પાકીટ, ટીફીન ને સ્કૂટરની ચાવી સુધ્ધાં તૈયાર રહેતાં...
પણ.. આજે તો ચાનો કપ પણ જાતે જ ધોવો પડે છે...
ને ઉઠતાં વેંત એક લખલખું પસાર થઈ જાય છે...
કે આજનો દિ' તો રોજની જેમ બગડશે તો નહીં ને?

શું? ઘડપણ છેક આવું જ હશે..!
ને એ સોનેરી દિવસો આમ એકાએક...
ઓગળી કેમના જતા હશે..?

11. જેવો છું તેવો

મને સફાઈદાર ચકચકિત બની,
છવાઈ જતાં આવડ્યું નથી,
જેવો છું તેવો હું છું અવધૂત,
મારે ચમકની શી જરુર?
હ્રદય સંગ હું સદાય વાત કરતો...
મારે સુગંધીદાર ફૂલ થઈને મહેકવું છે.
મારે કાગઝના ફૂલ શીદને થાવું?
સીધો સાદો બનીને જેવો છું તેવો જ
રજૂ થાઉં તો તમને શીદનો વાંધો?
જેવો છું તેવો જ હું છું અવધૂત.
મારે ચમકદાર લીસ્સા...
બનીને શું કરવું છે?
ને ક્યારેક છેતરાઈ પણ જાઉં તો
મારે ગુમાવવાનું શું?
કશું યે મારું નથી ત્યાં?
આ બધું તો ઉપરવાળાની દેણ છે...
તેને હું મારું મારું શીદને કરું?
માણસ છું.. માણસ થઈને રહેવાનો...
મારે છેતરાવવાથી ગભરાવું શીદને?
જ્યારે તમારા જેવા મિત્રો સુગંધીદાર ફૂલો થઈ ને
પમરાટ ફેલાવે છે પછી ?
મારે તો મને ખોબલે ખોબલે આપનાર
ભગવાનનો જ આભાર માનવાનો..
ફરિયાદ શીદને કરવાની?
હું તો જેવો છું તેવો અવધૂત.
મારે ચમકની શી જરુર?

12. મારી હથેળીમાં

મારી હથેળીમાં છલકે છે તારા હૃદયનું સંગીત...
લીલાંછમ લીમડાનાં ફૂણાં પાનની કુમાશ
તારા ગાલે તમતમે...

સ્નેહભીની તારી યાદોમાં બસ રમમાણ થઈ જાઉં
ભર બપોરે મારી યાદોમાં તારા કમખાની ગાંઠ...
મોરલો થઈ ને ગહેકે...

હજી ય સરોવરિયાની પાળે બેસી,
મારા નેણ કરે છે પ્રતિક્ષા તારી
ચાતકની જેમ...

ગીરીકંદરાઓમાં વહેતાં કલકલ ઝરણાંનો ઉમંગ...
તારા મુખ કમળ મધ્યે વહેતું ખારું પ્રસ્વેદ બિંદુ...
હજી ય મીઠી લાળ બનીને
ઝરે છે મારી જીભને ટેરવે.

ફૂદાફૂદ કરતું એ પતંગિયું
મારા ઘરના સૂના ટોડલે, કોયલ થઈને ટહૂકે...
મારો શામળિયો આવ્યાની મીઠી રાતનાં તોફાન...
હજીયે ઓઝલ થતાં નથી...

તું ય ઘેરથી લઈને નીકળે..!
એક અષાઢીલું લીલુંછમ બહાનું લઈને...
ને આ ગુલાબી ગરમાળો..!
તને મળ્યાની તાજી યાદો લઈને
હજી ય કણોપકર્ણમાં ગૂંજ્યા જ કરે છે.

હું ય નીકળું છું ઈજાગરાનું ઘેન
ગુલાબી આંખોમાં છાનું લઈને...
તારા વિન આ તરસ્યા, તડપ્યા,
તણખ્યા કેરી રાતનું દર્દ મજાનું લઈને...
તારા ટીનેજ બદલાતા મૂડની મીઠી મહોરપ લઈને,
હજી ય બસ ઊઘ્યા જ કરું છું...

મારા મન મંદિરીએ તારી આરતનાં તપ,
હજી ય અવિરત સ્નેહના સુપડે છલકાવ્યા જ કરું છું.
તારી નેતરશી નાજુક કમરે અકેલી કરાંગુલિઓ..!
હજી ય અવિરત હાલ્યા જ કરે છે...
બસ હાલ્યા જ કરે છે.

તને યાદ છે..!
આ સાબરમતીના નીરમાં આપણે...
હાથ એકમેકમાં પરોવીને ધબૂક્યા હતા તે..!
શરદપૂનમની શીતળ ચાંદની રાતે...
આપણે પારેવડાં બની ગયા હતાં,
એકમેકમાં પરોવાઈ ને..!

13. તાજો તાજો વરસાદ

તાજો તાજો વરસાદ પડી ગયા પછી,
વૃક્ષો લીલાંછમ થઈ ને મહેકી ઊઠે છે,
તેને જોઈ મારી અંદર કંઈક લીલુંછમ,
તાજું થઈ ને મહેકી ઊઠે છે...
તારા હૃદયની ગાયકીના સુરો,
બુલબુલ થઈ ને ગહેકી ઊઠે છે મારામાં.
ઢેલ તું પીંછા વગરની હોય પણ...
પ્રથમ વર્ષાના આગમન પહેલાં, મોરલો થઈ,
નવરંગ પીંછા ફેલાવીને ટહુકી ઊઠું છું હું.
શાંત નદી થઈને આવે છે તું આલીંગવા મને
ત્યારે હું તને મારા ઉફાનમાં સમાવી...
ઘૂઘવતો દરિયો મટી,
શાંત સાગર થઈને રહીં જાઉં છું.
આવીને પકડી લે હાથ મારો... આપણે....
ચંચળ નદી કે તોફાની દરિયો મટીને...
શાંત સમુંદર બની જઈએ...
નિરવ શાંતિમાં આપણી સપાટી પરની
એક હોડી હલેસાં માર્યાં વગર આગળ ધપતી રહે.!
કોઈની ય પરવા કર્યા વગર,
બસ આગળ ધપતી જ રહે.
મારા જ સૂર કે શબ્દો ના પડઘામાં હું ઓગળી જાઉં.
ધોધમાર ન વરસ મારી જાન...
મને પ્રલયની બીક લાગે છે...
તારા ઓષ્ઠની વચ્ચે,
હળવે હળવે પીગળવું છે મારે અવધૂત.

14. તમો આંખો ખોલો

તમો આંખો ખોલો ને ખબર પડે કે,
આસપાસ ચોપાસ તમારું કોઈ જ નથી.
ત્યારે અંદરથી વલોવાયા વગર....
એકલ ડગરમાં હિંમત રાખી ને ચાલતાં શીખો.

જો ગભરાઈ જશો તો... આખુંય જગત ડારશે...
પણ મસ્તક ઉન્નત રાખી ચાલજો,
તમારી મતવાલી ચાલ તો...
આફરીન થઈને તાલી પાડશે જગત...

વીતી ગયું હોય તેને પકડી રાખીને શું કરશો?
ભૂતકાળને રીવાઇન્ડ થોડો કરી શકાય?
ને ભવિષ્યને ફ઼ોરવર્ડ પણ થોડું કરી શકાય?
જ્યારે વર્તમાન તો તમારો જ છે...

તમારી એક આગવી ખુદ્દારીના સહારે,
વટભેર જીવતાં શીખી જાઓ..
નહીં તો મફતમાં વેતરાઈ જશો...
માંયકાંગલા થઈને જિંદગી થોડી જીવાય?
એક સાવજ થઈ ને જ જીવાય અવધૂત.

15. મારે તને જોવી છે

તારી આંખના ઉલારે,
મેં તો સપનાનું વાવેતર કર્યું...
મોલ તો તું ના કહે ત્યાં સુધી નહીં લણું...
મારે તો તને લહેરા'તી જોવી છે...
આંખોમાં સપનાંનો ભારો લઈને જતી જોવી છે...

હોય તું એક મોટામસ મેળામાં...
તારા સખીવૃંદની વચ્ચે પણ....
મારે તને એક આગવી અદા...
આગવી ભાત પાડતી જોવી છે...

આ વેલેન્ટાઈન ડે ના દિવસે...
તારી એક ખુમારી ભરી છબીમાં જોવી છે...
બસ મારી એ આરઝું, આસ્થા સદાયે...
ગુલાબનું ફૂલ થઈને ચોગરદમ મહેકે તે જોવું છે...

ફોરે ફાગણિયો ત્યારે તું થઈ જાય મલપતું...
કેસુડાનું ફૂલ થઈ જાય તે મારે જોવું છે...
રાત પડે ને શરમાઈ જતા લજામણીના...
નાજુક છોડમાં મારે તને જોવી છે...

તોફાની હવા આવે ત્યારે તારા પીંખાઈ જતા...
કેશકલાપમાં મારે તને જોવી છે...
ગુલ પાંખડી શા તારા પરવાળા જેવા ઓષ્ટની ભીનાશ...
મારા ઓષ્ટે ઠાલવતી મારે તને જોવી છે...
મલપતા મુખડે તને જોવી છે...
મને ગમે છે તારા ગાલે પડતા ખંજનમાં ખોવાઈ જવાનું...

16. અમદાવાદ

સોમથી શુક્ર મજાગરાની જેમ કામ કરી,
આ આસ્ફાલ્ટની સડકે દોડતો કીડી પ્રવાહ...
શનિ રવિની મોજ માણી લે છે,
ક્યારેક રીવરફ્રન્ટની પાળીએ...
સજોડે સુહાની સાંજનો નજારો જોતાં,
આ એ જ શહેર છે....
જેને શરુઆતમાં જોયું ત્યારે ડઘાઈ ગયો હતો...
હવે તો ગર્દાબાદમાંથી અમદાવાદ બની ગયું છે...
હવે તો ત્રણ પૈડાંવાળી રીક્ષાનું આગલું પૈડું
પ્રવેશાવી ભરચક ટ્રાફિકમાં અહીં તહીં દોડી જાઉં છું...
હવે તો સુરમ્ય લાગે છે આ શહેર
આજે તો કાંકરિયાની પાળે...
પારેવડાંની જેમ અનેક યુગલો
એક આગવું છાનું છપનું ગુટરગું કરી લે છે...
આ શહેરને મારે જીવવું છે, મારે હઠીસિંહના દહેરામાં...
આ શહેરને મારે જીવવું છે, અલીની ગૂફામાં...
આ શહેરને મારે જીવવું છે, પાડાની પોળના ચબૂતરામાં.
સીદી સૈયદની જાળી;
મારી પિયુનો કોતરેલો પાલવ ન હોય !
તેમ હું અગાસિયેના નાસ્તાના ટેબલે
આંખો મીંચીને માણું છું,
ત્યારે મારી નાસિકાઓમાં લકીની ચાની
આછેરી ખૂશ્બુ આવીને ભરાઈ જાય છે...
સરદાર બાગની સામે ધ્વસ્ત થયેલા
રૂપાલી થિયેટરની છેલ્લી હરોળમાં
તારા હાથમાં હાથ પરોવીને "દિલ દીયા, દર્દ લીયા"
જોયાની યાદો તાજી થઈને મહેકી ઊઠે છે..!

હા થાય છે કે પતંગ હોટલના ચકડોળની જેમ ફરતા
ટેબલમાં બેસી આ શહેરનો ભવ્ય નજારો નીરખું...
પણ આ શું? ચોરખીસીમાં મૂકેલા પૈસા ઉમેરતાં પણ ?
બીલ પૂરું થાય તેમ નથી... બધું જ ભૂલી જાઉં છું...
હવે તો મેટ્રોના ધબકારા સજીવન થવામાં છે ને...
ને આ રીવરફ્રન્ટના બાગમાં સંખેડાના
હીંચકા જીનપીન્ગની યાદમાં
મોદી સાહેબ મૂકાવવાના છે.
તેનાં સોણલાં જોવા લાગી જાઉં છું...
અંદરથી વિશ્વાસ છે કે મોદી સાહેબ
આ અમદાવાદને કર્ણમાંથી આવતા શબ્દોની મહેક શું..!
કર્ણાવતી બનાવી ને રહેશે...
મને ગમે છે આજે તારી સાથે ઘરડા થવાનું,
ચશ્માંના ડાબલાં પહેરવાનું,
એકબીજાના હાથમાં હાથ પરોવીને
ધ્રુજતાં ધ્રુજતાં શાહીબાગ અન્ડરબ્રીજ ક્રોસ કરવાનું કે,
સુભાષ બ્રીજની પાળીએથી ગાંધીઆશ્રમ પર
અસ્ત થતા આ પશ્ચિમના ડૂબતા રવિને નિહાળવાનું...
આ એવું એક શહેર છે,
જેને સ્પર્શવાની તલબ મારી હથેળી કે
ઓષ્ટમાં આજે પાંચ દાયકાઓ પછી પણ...
તસુભારેય ઓછી નથી થઈ..
પછી ભલેને મારી એમજી સાયન્સ કોલેજ હોય કે
ધીકાંટાની ભૂલી પડાય એવી ગલીઓ...!

17. નામ છે જિંદગી

સચ્ચાઈ અને ઈમાનદારીથી પોતાની વાત ને વળગીને...
સફળ થવાનું નામ છે જિંદગી...

ભીડમાંથી રસ્તો કરી આગળ વધવાનું નામ છે જિંદગી.
બળબળતા તડકામાં ખુલ્લે પગે ચાલવાનું નામ છે જિંદગી...

જિંદગી માત્ર સુખ કે છાંયડો નથી...
જિંદગી તો જિંદાદિલીનું બીજું નામ છે...

ચોતરફ ભલે ચાલાકીઓ હોય પણ...
નાક-મોં ખુલ્લા રાખીને બિલકુલ જ શ્વસ્યા વગર...
ચાલી જતાં આવડી ગયું હોય, તેનું નામ છે જિંદગી...

બિલકુલ જ પલળ્યા વગર, ઝાકળ નીચેના પાંદડાની...
જેમ જીવતાં આવડ્યું હોય, તેનું નામ છે જિંદગી...

એક જ કુટુંબમાં રહીને "હું" માંથી
"આપણે" કહેતાં આવડી જાય તેનું નામ છે જિંદગી...

આપણે એક અતૂટ અભિન્ન ભાગ છીએ એકબીજા ના..
તે સમજાઈ જાય તેનું નામ છે જિંદગી...

18. નવા વરહના સાલ બુમારખ

અલ્યાઓ રામલા, જગલા ને નેનીયા...
જરા બારી ખોલી ને જુઆં તો ખરાં..
આ આભલામાં કાંઈ બઉ જ ફટાકડાં ફૂટ હ...

ન તારામંડળનાં તેજ તણખાં કાંઈ બધું જ ઝર..હ.!
ન ઓલી સવલી, મંગુડી, રુખલી, કાશી
ન ઓલી નવમી નાપાસ રાધાડીની વાંનરસેના ચ્યાં હાલી..?

"ઘાઘમાગળીમાં તેલ પૂરાવો,
ઘાઘમાગળીમાં તેલ પૂરાવો"નો નાદ લઈ ન !
ઓલ્યા ઘાંચી કાકાએ જો
જો મફતમાં તેલ ન ઈ આલ્યુ તો
એમનું આઈ બન્યું હમ જાં...

ન અલ્યા જો તો ખરા...
ઉણ'ની હાલ આંખું વાળી ન આચેલી
કંકુથી વઉ ન જુઆં તો ખરાં...
કંકુવરણાં પગલાં પાડી ન જાણ ક...
લખમી માનો અસલ અવતાર લઈ ન...

બસ રુમઝુમ હાલી જ જાય છ.
બસ હાલી જ જાય છ.
ન ઓલ્યા પસાભા મુખી ન જુઓ તો ખરા..!
નવીનક્કોર બંડી ન પાઘડી પેરી
હાથમાં બંદૂક લઈ ન ધમાકા કરતા
બસ હાલ્યા જ જાય હ...

ઓલ્યા એંસીનું આયખું પૂરું કરી ન
આંખે મોતિયાનાં ડાબલાં પેરે'લાં
માણકી ડોહી ન જુઆં તો ખરાં...!
જુવાનજોધ વઉં ન શરમાવ એવી ચાલ...
જુઆં તો ખરાં ચ્યા હાલ્યા...!!

આંખે નેજવાં કરી ન...
અતીતની ભૂતાવળ વાગોળતાં.!
અલ્યા ભઈલાઓ ન મારી વાલી બુનડીઓ...
આ તો દિવાળી આઈ ન કાલ હાલી પણ જહે પણ !
કાંઈ કીધું એણે કાં'નમાં...
જો જાતે હમજાં તો હારું છ..!

ક પછી હું જ ક 'ઈ દ ઉં ?
વેરઝેર હંધાય વેગળા મૂચી દેવાનું કીધું ન
ઓ'લી કપાતર ઈરખા ન વેગળા
મૂચી દેવાનું કીધું એણે...

ન ઓલ્યો ગુજ્જુ ચંચુપાત ન તોછડાઈ...
હંધાય છોડવાની વાત કીધી એણે...
લો તા'ર આવજો મારા મે'હાણાંનાં ભ'ઈઓ ન બુનડીઓ,
આ અમેરિકાથી કવિ અવધૂતના નવા વરહના હાલ મુબારક...

19. છાનું છપનું

જોવનાઈ તારી ફૂટી નીકળી છે જાણે...
ચૈતર વૈશાખની ફાલી ફૂલી વનરાજી...!
અણિયારી આંખોમાં મસ્તી ને ચાલમાં ચમક...
રંતુબડા ગાલ ને વળી ગાલમાં ખંજન...!
ઈન્દરવરણું રૂપ તારું ને ગર્વિલી ચાલ...
બે ખેતર'વા મારાથી દૂર તું તો,
ચારનો ભારો માથે ચઢાવવા મારી રાહ જુએ..!
કિયારીએ હેલ માથે મૂકવા મારી રાહ જુએ...!
માથાબોળ મકાઈમાં છુપાઈને, મલકાઈ જાય છાનું છપનું..!
તારી કરાંગુલિએ ચાંદીની વીંટીઓ,
ને કાનની બૂટમાં સોનાની કડીઓ..!
તારા ગળે લટકતી સોનેરી ગંઠોડા વાળી માળા,
ને પગની પીંડીઓમાં રૂમઝુમ કરતી પાયલ..!
નજરું લાગી જાય એવો કેડનો કંદોરો,
ને હાથમાં નવરંગી ચૂડીઓ...!
તું તો ભારો લઈને જતી ખેતરને શેઢે,
ને જો પેલું ચકલું તારા ભાલેથી ઉડી ઉડી જાય!
તને જોઉં છું ને મારામાં તૃપ્તિની છાલકો ઉછળે,
જાણે કે મલ્યું હોય લખલૂટ ધાન...!
આવને ઓ'રી મારી ગોરી.
આજ આપણ મકાઈની ડોડીયો શેકીએ..!
આણેથી આવી છે તું તો હજી તાજી માજી,
હવેથી તો તારું કાપડું અવળું ફરીને ન પે'ર..!

20. દરેક ક્ષણ

જિંદગીની એક પણ ક્ષણને સહેલાઈથી ખંખેરી શકતા નથી આપણે..!
જીવાયેલી દરેક ક્ષણ આપણું એક અભિન્ન અંગ થઈ જાય છે..!

આ ક્ષણે બોલાયેલા શબ્દો, અનુભવાયેલી સંવેદના,
આપણી અંદર ઉતરીને, આપણા લોહીમાં ભળી જાય છે.

ભૂલી જઈશ હું કે ભૂલી ગયો છું તે કહેવામાં સારુ લાગે છે,
ને આપણા અહમને પણ ગમે છે...
પણ પૂછી જુઓ તમારા માંહ્યલાને કે પછી
વિચારી જુઓ કે જિંદગીની એક પણ
ક્ષણને ભૂલાવી શક્યા છો તમો?

કારણ કે એ ક્ષણ તો આપણી આંખો છે,
માથું છે, નાક છે, ગાલ છે, કપાળ છે...
ને છે આપણા હાથપગ...

માથાના વાળ બનાવી ને એ ક્ષણને ઓળાવવાની છે,
ચૂઇંગગમની જેમ મોંમાં મૂકીને ચગળવાની છે..!
તમારા મલપતા હાસ્ય વખતે,
ગાલમાં પડતા ખંજનમાં ડૂબાડવાની છે...
ને ગતિ કરતા તમારા,
પગની પીંડીઓમાં ગોઠવવાની છે..!

સૂઈ જાઓ ત્યારે...
તમારા અંકમાં લઈને પોઢાવવાની છે.
કારણ કે જીવાયેલી દરેક ક્ષણ તમારી પોતાની જ છે...

21. સંસાર લીલાના સારથિને

ઊંચે આકાશે બેસી, વાદળ ઢગ કો ઠાલકતું?
પર્વતો કેરી ગોદીમાંથી, ચંચળ ઝરણાં કો રેલાવતું?

અફાટ સાગરના એ ઉનફતા મોજાં કો ઉછાળતું?
નિતનિત નવા પ્રાકૃતિક સૌંદર્યનું રસપાન કો કરાવતું?

આમ્રતણી મંજરી એ ડોલી, રસકેરી કો બનાવતું?
કુસુમ તણી પરાગે બેસી ભ્રમર કો ડોલાવતું ?

સવિતા કેરાં રશ્મિ રેલાવી, જગે કો પ્રકાશતું ?
પંખી કેરી પાંખે બેસી, ઊંચે નભે કો ઉડાડતું ?

બટુકોના મુખ પર બેસી, મધુ સ્મિત કો રેલાવતું?
મજૂર કેરી પીઠ પર બેસી, ઓશીકું કો બનતું?

ચીરશાંતિમાં પોઢેલાં ને, નિંદર મીઠી કો દેતું ?
હૃદય વિશે મૃદુતા લાવી, બંધુત્વભાવ કો ફેલાવતું ?

લૂલા, પાંગળા, અંધ ભિખારી કેરા હાથા કો બનતું ?
"અવધૂત"ના મુખ પર બેસી, કવિત્વભાવ કો ફેલાવતું ?

22. નવોઢા

ઉગતા એ હૈયાની આરસી ધોવી'તી.........!!
ગાવા'તા ગીતો ને કરવું' તું ગુંજન...........!!

નવોઢાના ભાવ મારે...... પામવા'તા..........!!
પ્રણયભાવ પામીને શરમશેરડા લાવવા'તા..!!

સ્વપ્ન કેલિની પાંખે ચડીને માણવા'તાં સ્વપ્નાં,
જીવન રસ અંબોળી ને, પીવા'તા રસઘૂંટડા..!!

જીવન નૈયાને પ્રેમ લંગર થકી બાંધવી'તી...!!
મહેકતી એ માલિનીને કોમળ એ કેસુડા....!!

રંગીલી રસવંતીનો પરિમલ એ લેવા.........!!
ખીલતી કળીના ભાવ મારે પામવા'તા.......!!

હ્રદયનાં સ્પંદનોને સ્મિત શા મુખડા...........!!
શર્મયુક્ત લાલિમા વદને મારે લાવવી'તી......!!

નવોઢાના ભાવ મારે પામવા'તા...............!!
ગાવાં' તાં ગીતોને કરવું'તું ગુંજન..............!!

ઉડતા એ પતંગિયાની પાંખે ચઢીને, ઉડવાં'તાં આભલાં........!!
ગહેક'તા એ મોરલાનો મીઠો નાદ મારે પામવો'તો.

ખળખળ એ વહેતા ચંચળ ઝરણાંની સંગ, મારે દોડવું 'તું..!!
ને આમ્રવૃક્ષની મંજરી બનીને, ડોલવું 'તું.......!!

23. હાલ ન આપણે મેળે જઈએ

નીકળે હે છેલ્લે ને પેલે હે પેલ્લાં તું તો
હાલને આજ આપણે મેળે જઈએ
વાટ જોહે વગડે થઈ ન
ઘૂઘરીમાળા બળદનો છ મીઠો રણકાર
છોગું મૂકી ન મી તો બાંધ્યું છ રાતું ફાળિયું
ન કાનમાં ખોસ્યા છે ઓલ્યા મારવાનાં ફૂલ
જોઈ ન જુવતીઓ મારી પહવાડે આવે
હું તો તારી હારું વારું....
ઈક કાંડીઓ ભરેલ લાલચટ્ટક ઓઢણી ન પીળું ઘરચોળું
બે જોડી મોતીભરી કહો ન બે આનાની બંગડીઓ
તું તો હાલી આય મારી પહવાડે
છાને સપને આજ ચગડોળે બેહીએ
અબોલા હવ કાંઈ ઝાઝા ના રાખ
હાલ ન આજ મેળે જઈએ
મૂંછો હજી મારી પૂરી પાધરી ફૂટી નહીં
તારી ય જોવનાઈ હજી અધકચરી
ન લાવ ન તારો હાથ મારા હાથમાં
હાલ ન આજ આપણે મેળે જઈએ.

24. ઓઢણી

મારે તારી એક ઓઢણી જોય છે
એક વાર તે પે'રી હોય ને
ક્યારેક ના ધોઈ હોય એવી
એક ઓઢણી જોય છે.
ઈ માંથી તારી સુગંધ
આવે એવી એક ઓઢણી જોય છે.

જોંઉ છું સપનું, ને તન જોઉં છે,
મીચું છું આંખો ને તન જોઉં છે,
ઉઘાડું છું આંખો ને તન જોઉં છે.

તું મને જ તારાથી દૂર રાખે છે
તારા સ્પર્શની એક નોખી જ લિપિ છે
તારા ભીના થઈ જતાં ઓષ્ટને
મીંચાઈ જતી પાંપણોમાં
એક અજબ ઐક્ય છે
આ પળ પણ તારી જ છે
હું તો તારી હથેળીમાં મારી હથેળી રાખીને
તારું સ્નેહથી નીતરતું સન્માન પામું છું
પછ : ભલે ને પાંદડીઓમાં કેદ થતો ભમરો ન હોઉં
મારે તારી એક ઓઢણી જોય છે.

25. પ્રસવની પીડા

મારા શબ્દોને કોઈ તાણી રાખે તે નથી ગમતું મને
પ્રથાઓની ન ભેદી શકાય તેવી સપાટી
બાંધી મને તરતાં તરતાં ડોકીયું પણ ન
કરવા દે તેવી ક્ષણોમાં બાંધી મને ગુગુળાવી દે
તે નથી ગમતું મને
મને તો મારા શબ્દો ચંચળ ઝરણાંની જેમ
ઉન્મુકત થઈને વહાવવા છે
પછી ભલે ને તમો કાળમીંઢ પથ્થર થઈને
રસ્તો મારો રોકીને ઉભા હોવ.
મારે શું ? મારે તો બસ વહેવું જ
ને વહેવું મારી જિંદગી છે
તમને ખબર છે પ્રસવની પીડા એટલે શું ?
ક્યારેક ભોગવોશો તો ખબર પડે ને....?
અડધી રાત્રે ઓચિંતી ઊંઘ ઊડી જાય ને
લમણે હાથ દઈ બેઠો થઈને વિચારું તો
તો ખબર પડે છે કે મારાં પેટમાં ગોટાળો થાય છે
ને મારો હાથ કુદરતી રીતે કાગળપેન શોધવા
અંધારામાં ઓશિકા નીચે ફાંફાં મારે છે
ને લાઈટની સ્વીચ જેવી ચાલું થાય છે કે
શબ્દો કાગળ પર સરી જાય
ને મારું દરદ ધીમે ધીમે નાની કરચોમાં
વિભાજિત થતાં થતાં છેલ્લે આંગળીને
છેડે રહી જાય છે વ્યતિત થઈ જાય છે શબ્દમાં
ઝરણાંની જેમ વહી જાય છે
ત્યારે કશુંક જન્મ લઈ રહ્યું હોય છે
તમે ભલે સમજો કિંમત તેની કોડીની
પણ તે તો મારું વહાલુ બાળક કાવ્ય છે

ન ગદ્ય છે ન પદ્ય છે
નથી મન્દાકાન્તા કે શિખરાણીના રાગ
આરોહ અવરોહ મારી પાસે
પણ જેવું છે તેવું મારું છે
એ તો મારા જીવનનો શ્વાસ છે
મારા દિલનો ઊભરો છે
મારા દિલનો ઉમંગ છે
ને મારા દિલની ચેતના છે
હસ્યા કરો તમે બધા
મારે શું...... હું તો અનંત આનંદમાં
નિંદ્રાદેવીના અંકોમાં હવે પોઢી જ જાઉં છું.

26. રમતું થઈ જાય તો કેવું?

કોરી પાટી મને મળે ને
સંબંધોના ગણિતનો દાખલો
ફરી એકવાર ગણી શકાય તો કેવું ?

વરસાદ બંધ થયા પછી
ભીની ભીની માટીમાં તારા પગલાની
છાપોનું માપ એકવાર લઈ શકાય તો કેવું ?

આયના સામેથી એકવાર તું ખસી જાય
તે પછી પણ તારા ચહેરાનું મલપતું હાસ્ય
આ આયનામાંથી એકવાર ઝીલી શકાય તો કેવું ?

સૂરજ ડૂબી ભલે જાય પણ
તેના અસ્ત થતાં કિરણોનો પુંજ
તારા ખોબલામાંથી વીણાય તો કેવું ?

આ ઝાડની બખોલમાંથી આવતા ચીં ચીં અવાજો
ચકલી ઊડી જાય તેમ છતાં
તારી જિહ્વામાંથી તે બોલ મને ઝીલાય તો કેવું ?

નવોઢા થઈને તું આવી ત્યારે સ્નેહના અડકા દડકા રમતાં
તારી ચિબુક પકડીને કરેલું પહેલું ચુંબન
ઓગળી જઈને મારા હોઠે સદાયે રમતું થઈ જાય તો કેવું ?

27. શ્યામ શમણું ખર્યું

શ્યામ શમણું ખર્યું ને તારી યાદ આવી
ભર રે બપોરે સુની થઈ ગઈ મારી જારની કોઠીઓ
હું તો ઊભડક પગે બેઠી મારા પિયુની યાદમાં
ને મારા કમખાની ગાંઠ મોરલો થઈ ને વછૂટી
કમખો મારો મોતીની હેરી ગૂંથેલો.

ને નાના નાના આયનાના ચાંદલિયે મઢેલ
મેં તો ઓઢણી પહેરી છે આછેરી વાદળી
ને આભલાં સરખી મારી આંખલડીયો
જુઐ છે તારી વાટ
આવે પિયુ મારો પરદેશથી.

ને મારી છબિ જીવંત થઈને
મારા દિલમાં ફ્લેશ થઈને ઝબૂકે
લઈને આવે પિયુ મારો એક રૂપકડું છબિયંત્ર
ને હું તો ફાગણિયે વાયરે ફોરું.

28. ક્યારેક તો ઝઘડ મારી સાથે

મેં પૂછ્યું મારી પિયુને આજ કે
તું મારી સાથે ઝઘડતી કેમ નથી
ક્યારેક તો ઝગડ મારી સાથે
ક્યારેક તો ગુસ્સે થા મારી પર
ક્યારેક તો વાસણ ફેક મારી સામે
ક્યારેક તો બૂમ પાડ મારી સામે
તો તેણે શું કહ્યું એ જાણો છો તમે ?
નાનું મોટું લફરું કરોતો ઝઘડું
ક્યારેક તો મોડાં આવો
ક્યારેક મને કોઈ વસ્તુની ના પાડો
ખખડાવો ને મારી સાથે ઊંચા અવાજે બોલો
તો હું ઝઘડું ને ???
મને તો આપણા સંબંધો જ એબનોર્મલ લાગે છે
જ્યાં ઝઘડવાની સહેજ પણ તક ના હોય !
મેં નિયતિને પૂછ્યું આવું શીદને થતું હશે મારી સંગ?
મારે તો નટખટ જિંદગી જોઈએ
આ સ્મશાન વૈરાગ્ય શી જિંદગી હું શી રીતે વેઢારું?
મારે તો ચંચળ ઝરણાં જેવી જિંદગી જોઈએ
જે પર્વતથી કઈ બાજુ ઢળી જાય તેની જ મને ખબર ના પડે
આ તો શું સાલી જિંદગી છે...!
હા હું તો સાચે જ આ ઘરના એસીની ઘડઘડાટીમાં
બહેરો જ થઈ જાઈશ.....

29. નોટબંધી

લાવને આ નોટોની તાપણી કરી થોડી ઠંડી તો ઉડાડી લઉં
જેથી રોકાયેલા થેલા તો જરા ખાલી થાય
મારી ભેંસોના ખાણ માટેના દૂંઢાં તો તેમાં ભરી શકું
મનમાં મલકાતો હતો કે મારા ઘરની દીવાલમાં કે
છતમાં ફાર્મહાઉસ કે ગામડાંના ઘરના ઉંડાણમાં
ખાડો ખોદી ભર્યા છે ભંડાર
એવો હું તો કુબેર ભંડારી
મારા નામના તો સિક્કા પડે પણ...
આ તો મોદી સાહેબે રાતો રાત સજીૅકલ સ્ટ્રાઈક કરી દીધી
કરી દીધો હાલ બેહાલ.......
ના કોઈને કહેવાય.... ન મારાથી સહેવાય...
માત્ર ચોરની માની જેમ કોઠીમાં પડી છાનું છપનું
કોઈ જોઈ ના જાય તેમ રડી લેવાય
વટ તો ઘણા માર્યા.... મીંઢાપણુ, સ્વાર્થ ને કાવાદાવા કરી
ઘણાં બધાં ફદિયાં એકઠાં કર્યા અત્યાર સુધીમાં
પણ બેંકોમાં જમા કરાવવા પાનકાર્ડ નંબર માગે
જેથી મારી જાતને આળોટવા દૂંદાળા શેઠની ગાદી એ સુતો,
મને શું ખબર કે મોદી સાહેબ આમ અડધી રાત્રે ત્રાટકશે !
અને ત્રાટકવાનું પણ કેવું ? સાવ દયા વગરનું..
મારી તો જિંદગી ખલાસ કરી દીધી...
હવે કોની પાસે જઈને રડું.....?

30. વહાલ કરે છે તું

તારા મલપતા હાસ્યથી મોંઘેરી જણસ
હવે મારી પાસે કંઈ જ બચી નથી
આસપાસ કાદવથી લદબદ સરોવર ભર્યા છે

તેમાં તું કમળનું ફૂલ થઈને ઉગે છે
તારા ગુલાબી પરવાળા શા હોઠના
એક એક વળાંકને હું કલાકો સુધી નિહાળ્યા કરું છું

હાથ મારે ગળે વિંટાળીને
ઊંઘમાં પણ જાગી જાગીને વહાલ કરે છે તું
ને હું કોઈ જોઈ ના જાય તેમ માણ્યાં કરું છું

તારું ભેકડા તાણીને રડવું કે ખડખડાટ હસવું
એક ચલચિત્રની જેમ સરકી ન જાય તેમ
તને બાથે બચીઓ ભરીને સંઘરું હું
મારાથી અલગા થવાની વેળા હવે તો હાવ ઢુકળી આવી...

ને તેથી જ તો તારી વહાલ વરસાવતી
ઘડીઓને મારા અંત મનમાં કેદ કરવી છે મારે.

31. પહેરે છે 'હાર'

પહેરે છે હાર ને પહેરાવે છે હાર
મંચ ઉપરની દરેક ખુરશીને લાગેલું
છે સ્ટીકર અહીં "માત્ર પ્રસ્થાપિત હિતો માટે જ"
વરસોથી આવે છે અહીં છાપેલાં કાટલાં
પોતાના તાલીપાડ ચમચા વૃંદોને લઈને
ભુલથી પણ કોઈ ટેલેન્ટેડ આવી જાય તો...
તેને માત્ર "સામાન્ય"નું લેબલ લાગી જાય
વખાણવું તો જરૂર પડે કે
તેઓ એકસંપ થઈને રહે છે !
એકબીજાના હિતોની આળપંપાળ કરીને
હું, શાણી ને સકરાભાઈની જેમ,
સુંઠને ગાંગળે ગાંધી થઈને
કોઈ પ્રતિભાહીન વ્યક્તિ ફદિયાના ઓરે
પ્રમુખ બનાવી ફોટું પડાવવાની લાઈનું લાગી જાય છે
પછી તો પહેરે છે હાર અને પહેરાવે છે હાર.

32. ધબકવાની ટેવ છે

જિંદગીને ધબકવાની ટેવ છે
થોડીક ક્ષણો પૂરતું બધું અટકી ગયેલું લાગે તો પણ...
શ્વાસને સમગ્ર અસ્તિત્વ થંભી ગયેલું લાગે તો પણ...

જિંદગીને ધબકવાની ટેવ છે
રસ્તા ઉબડખાબડ ને અટપટા હોય તો પણ...
મંઝિલનો અંત ક્યારેક હાથવેંતમાં ન હોય તો પણ...

જિંદગીને ધબકવાની ટેવ છે
આરઝુ હૃદયમાં ઊંડે ધરબાયેલી પડી હોય તો પણ..
શોધો ઘણું આસપાસ ચોપાસ ને કંઈ પણ ન મળે તો પણ...

જિંદગીને ધબકવાની ટેવ છે
ઘણી સફળતાઓ પછી નાની શી નિષ્ફળતા મળી હોય તો પણ...
નાનનકડું નાજુક હૈયું શું ડંખ્યું હોય તો પણ...!
જિંદગીને ધબકવાની ટેવ છે....

33. ભીંજાઈ જાઉં છું

કોણ જાણે તારાં કેટલાં પાસાં છે
સવારે હોય કંઈક જુદી ને સાંજે હોય કંઈક જુદી
પળે પળે રંગ બદલે છે તું
છતાં એકદમ સાહજિક હોય તેવી ભાસે છે તું
હું તો લોલકે લબડું તારા બદલાતા મૂડે
ક્યારેક હસે ત્યારે તારી ધવલ દંતપંક્તિ
તારા મુખરૂપી સરોવરમાં બગલાની જેમ ભાસે છે
ક્યારેક તારી ભૃકુટિ ખેંચાય છે ત્યારે
હાથમાં ત્રિશૂળ લઈને ધપી આવતી જગદંબા ભાસે છે તું
ઉલ્લાસથી તું છલકાય ત્યારે ઉમળકો તારો
ગીતના સુમધુર શબ્દો કોયલની જેમ ટહુકે છે
ને મારાથી રીસાઈ જાય કે પછી, મને નમાવવો હોય
ત્યારે તારી લીંબુ જેવી આંખો બોર બોર જેવડાં
આંસુ થઈને ટપકે છે
ત્યારે થાય છે કે લૂ ઝરતો તડકો એકદમ જ
શીતળ ચાંદનીમાં ચંદ ક્ષણોમાં જ પરિવર્તિત
કેમનો થઈ ગયો ?
ખખડાવ્યાની થોડીકવાર પછી પણ
હું તારી આંખના ઊંડાણમાં ડુબકી મારી
દઉં છું.... ને...!
તારા વહાલાના વરસાદમાં બસ
ભીંજાઈ જ જાઉં છું અવધુત....

34. પ્રેમ એટલે શું

સ્મૃતિને અનુભવી શકાય છે, સૂંઘી શકાય છે,
મમળાવી શકાય છે,
તકિયાની નીચે રાખીને રાતભર જાગી શકાય છે.

ધોધમાર આંસુથી ધોઈ શકાય છે,
પણ ખબર છે તમને તેના આધારે જીવી ન શકાય...

સ્મૃતિ તો સવારનો તડકો છે,
સહેજ આકરો થાય તો ઝાકળ જેમ પીગળી જાય.

મારી હાથની હથેળીના પાછળના ભાગમાં જેટલી,
કરચલીઓ છે તેટલી સ્મૃતિઓ ભરી છે મારામાં.

પણ હરપળે ફિનીક્સ પંખીની જેમ,
રાખમાંથી મારે ઊભા થઈ જવું પડે છે.

સપનાં જોઈએ તેટલા થોડાં પૂરા થાય ?
આંખ ઊઘડે ને સપનું પુરું થાય પછી.

એને ક્યારેય યાદ કરી લેવામાં જ છે ડહાપણ અવધૂત,
ઊંચે આકાશમાં ઊડવું એટલે પ્રેમ નહીં.

પ્રેમ એટલે જવાબદારી,
પ્રેમ એટલે ધરતી પર મુકાયેલા એવા પગ.

કે તમને ક્યારેય હચમચાવવા ના દે
પ્રેમ એટલે સત્ય... પ્રેમ એટલે સપનું નહીં...

35. ભીની ભીની માટીમાં

તું સૂરજમુખી શોધવા નીકળે ને
હું આખેઆખો સૂરજ આપું.

એક વેંત જેટલી જગા તારે પાંખો ફફડાવા તારે જોઈએ
ને હું આખેઆખું આભલું આપું.

તારા નાના નાના પ્રસ્વેદ બિંદુને લુછવા નાની શી
એક લહરખી જોઈએને હું મદમસ્ત ફાગણિયા વાયરા આપું.

હળવું હળવુ ઝાંકળ જેવું ભીનું ભીનું કંઈક ઊગે છે તારામાં
આ સાગરતટે ભીની ભીની માટીમાં.

તારા પગલાંની છાપોનું માપ લઈ,
તારી મોજડી પોયણીના ફૂલોથી ગુંથવી છે મારે.

પૂર્વાકાશમાંથી ઊગતા રવિના કિરણે
કેસુડાના ફૂલ પર બેસતા ઝાંકળના ઓસકણો ભેગા કરી.

તારી સુરાહીદાર ગરદનમાં મોતીની માળાની
જેમ ગુંથવા છે મારે...

તારી ખુલ્લી રખાયેલી હાથની હથેળીમાં
આ પ્રથમ વર્ષાના આછેરી કુસકી જેવા બુંદો.

ભેગા કરીને મારું પ્રતિબિંબ જોવું છે તારાં ખોબાલામાં
તિમિર ઘેરી રાતલડીમાં તું એક નાની શી જ્યોત શોધે ને
હું તને બપોરનો ઝળહળતો ઉજાસ આપું.

36. માણસ પથ્થર થયો

માણસ માણસ છે ને પથ્થર પથ્થર છે પણ...
હવે તો માણસ જ પથ્થર થઈ ગયો.

પથ્થર આખો ફેંક્યો પણ પથ્થરરૂપી ધમનીમાં
કોઈ લાગણી જ દોડતી નહોતી.

પછી થયું કે લાવને પથ્થર થયો તો ભલે થયો
લૂગડાં ધોવાના કામમાં તો આવશે.

કે પછી કોઈ શિલ્પી આવી ભગવાનની મૂર્તિ બનાવી દેશે
પણ એના માટે પથ્થરે ઘરમાં પૂરાઈ રહે થોડું ચાલવાનું ?

તેને તો ઘેર ઘેર જઈને સેવાના કામ તો કરવા જ રહ્યા
એટલે પથ્થર પથ્થર રહી ગયો.

હા કેટલાક પથ્થરો એ ધન ઘણું એકઠું કર્યું...
તેથી થોડો ખરચો કરી લીસા અને,
રુઆબદાર ને ચમકદાર થઈ ગયા.

પોતાને ઉજળા કહેવડાવતા થઈ ગયા પણ,
દૂરબીન નીચે માંહલ્યો ફંફોસ્યો તો ખબર પડી કે,
માનવતાનું ઝરણું તો સાવ જ સુકાઈ ગયું હતું.

૩૭. ગોરંભાયેલું આભલું

ગાલ પર બાઝેલી ભીનાશ
ઝળુંબાયેલું આભલું
ને સૂરજ શિખરો પર તડકો ઢોળીને કરી રહ્યો અભિષેક.
આભમાં તરતું દીવાઓનું નગર
આભલું જાણે કે નીચે ઉતરી આવ્યું
ક્ષિતિજ રેખા પરની પહાડીઓની પાછળ
રાતા સૂરજે ઝટ ડૂબકી લગાવી દીધી
ગોરંભાયેલું સતત આ આભલું
જો વરસી જાય તો ?
ઉઘાડ જેવું કશુંક અનુભવાય હૈયાંમાં
નામ ના પાડી શકાય એવું કંઈક
ધીમું ધીમું રણઝણતું હતું મારા લોહીમાં
આભલામાંથી રેલાઈને પહાડો પર
છવાઈ જતી હતી સાંધ્ય આકાશની લાલિમા
આંખ સાથે ધસાય એટલું ધુમ્મસ આવી જાય જો
ને તડકો ઓલ્યા ધુમ્મસમાં બોગદું પાડીને બહાર નીકળેતો.

38. ભઈલા તું આવ્યો?

સરસ છે બહુ મજાનું છે મારું જામળા ગામ
જાણે દુનિયાથી અલગ
પોતાની સુગંધને અને પોતાના સમયને
પોતાની અંદર પકડીને બેઠું છે.

મારા દેશી નળિયાવાળા ઘરના કમાડ
ખોલતાં કિચુડાટ થાય છે.

ભઈલા તું આવ્યો કહી માથા પર ઉપર
એક સ્નેહાળ હાથ ફરી જાય છે, આવતો માત્ર છ કે
બાર મહિનાના અંતરાલ પછી વિદેશની ટ્રીપ મારી.

પણ મારા બાપાની છાતીમાં ડુમો ગાંઠ થઈને વકરે છે
ભઈલા તું આવે તેની આશમાં અમે તો જીવતા રહી ગયા

ને મારી બા તો દોડીને
મને બાથે ભરીને બચીઓ કરી લે છે.

ભઈ, તને રપત નહોતી પડી ને?
ને પછી સાચવીને રાખેલું માખણનું ગચિયું
મારા મોંમાં ગરચી દે છે.

આ ગામની ભીની ભીની માટીમાં મારા પગલાંની
છાપોનું માપ હજુ ય અકબંધ છે.
આસુદેવ દાદાનાં મંદિરમાં થતો
ઘંટારવ હજુયે મારા કણૌપકર્ણમાં ગૂંજ્યો કરે છે.

WILD AT HE
AN
IMAX ORIGI
PAND

39. પ્રિયમ

તમારી તરસે ના વરસે
તેને કહેવાય પ્રિયમ...

તમારી જીદને કારણે ના જીતાય
તેને કહેવાય પ્રિયમ...

બારે મેઘ ખાંગા અનરાધાર થઈ જાય
છતાં તમને સાવ કોરાકટ રાખે તેને કહેવાય પ્રિયમ...

ઝંખનાની શીતળ હવા આવે
છતાં પરસેવાના બુંદે નવડાવે તેને કહેવાય પ્રિયમ...

જીતાયેલી વસ્તુ માનતા હો તમે તો ભલે માનો
પણ ઝાકળની જેમ ઊડી જાય તેને કહેવાય પ્રિયમ...

રંગો તમને મેઘધનુષ ભલે લાગે પણ
સાવ જ બેરંગ થઈને તમને અકળાવી જાય તેને કહેવાય પ્રિયમ...

મેં તો બૂમો મારી ચોગરદમ મારી પ્રિયમ ને શોધવા
પણ કોરા સપનાની જેમ સરી જાય મારી પ્રિયમ...
માત્ર શ્વાસ છે, સંગીત છે ને છે મીઠી યાદોની વણઝાર...

40. સાચું સરનામું

સરનામું હોય તો પણ સાચી જગ્યાએ પહોચાઈ
એવું કંઈ નક્કી નથી હોતું અવધુત
આડા અવળા રસ્તા ને
છેક આસમાં સુધી પહોંચે તેટલા અવરોધો
હાથવેંતમાં હોય તેમ લાગે છે
મનખની અંદર ધરતીની જેમ
ઓલ્યા કાંદાની જેમ પડ હોય છે
એક ઉકેલતા જાઓ ને બીજું જડતું જાય
સાચું સરનામું તો ક્યાંયથી પણ ન મળે
મનના પડણો તો
સાત સમુંદરને તળીયે જઈને બેઠા છે
તે અવધૂત વિધ્યે કેમ વિંધાય ?
બધું જ સળગે છે લાવારસની જેમ
મારી અંદર
મુખ ઉપર આવેલા શબ્દો મૌન ધારણ કરી લે છે
મને તારું સાચું સરનામું શોધવું છે
પોસ્ટની ટિકિટો ચોટાડ્યા વગર
તારા વિશ્વાસનો શ્વાસ ધબકે છે
હજુ મારા રુદિયામાં
વીતી ગયેલી કોઈ પળ માટે
વર્તમાન થોડો બદલાય?
ને એ જ મારા અસ્તિત્વનું સાચું સત્ય છે.

41. વાર્ધક્યની ક્ષિતિજે

જિંદગી અલપઝલપ જોઈ લીધી
હવે વાર્ધક્યની ક્ષિતિજે પહોંચી ગયાં
અનુભવ પાથેય તમારું અજવાશ પાથરશે
જો તેનો વગર કીધે ઉપયોગ ના કરો તો
હવે હળતાં ભળતાં સર્વ કુટુંબી જણાં મધ્યે
નહીં આવડે તો જીવવું બધું એળે જાશે
ઓગાળી દો તમારી જાતને
સુવાળપ ભર્યા સંબંધો બધાં જોડે કરી
આથમતા સૂરજના કેસર વરણી
કિરણો બની જાઓ ઘડી
ને શીતળ શાતા અર્પતી
અનિલની લહેરખી બની જાઓ
હજીયે શ્વાસમાં સુગંધ ભરી છે
તમારા ઉચ્છવાસોનો ઉકળાટ ફેલાવો નહીં બધે
જો મન સાબુત હશે તો
અંગોથી ભલે ઘરડા થયા પણ
મનથી સદાયે જવાન હશો તમો
હજુ ય કર્ણોપકર્ણમાં ગૂંજ્યા કરે છે
તમારા જીવન સાહસની વાતો
આવો આપસમાં એકબીજાના સુંવાળા સહચારથી
આપણા પ્રેમના સુપડે વીણાયેલા મોતી છીએ આપણે
આવો પ્રેમના પારેવડાં
બની નીલગગનમાં ઉડી જઈએ...!

42. ભૂલા પડી જવું છે

મેં તો મારી હથેળીમાં કેટલીક રેખાઓના ચાસ પડ્યા છે
કેટલાક સપનાં વાવ્યાં છે મારી આંખોમાં
પણ મારે તો જોઈએ છે ધોધમાર વરસાદ
મારા વાવેલાં એક એક સપનાંના કણ
હજારો કણના ડૂંડાં થઈને ઉગવાના છે
મારા સપનાંના મોલને લણવાની વેળા ઢૂકડી આવી
હવે આસમામાં ઉગતા એ સપ્તર્ષિના તારલાને
કહીં દો કે મારું ખેતર પીળાં ચટક
ફૂલડાંથી ફોરી ઉઠશે હવે
મારે તો ખળખળ વહેતા ચંચળ ઝરણાંને
આખે આખું ઉલેચીને મારા મોલને પાવું છે
મારે ચંચળ શી હરણીની આંખ લઈને
જીવનના વનવગડે ભટક્યા જ કરવું છે
ને...ભૂલા પણ પડવું છે
હવે તો ફસલની વેળા આવી
ને ફાગણિયો મહોરિયો
મારે તો ઓલ્યા કેસુડાના ફૂલડે ફૂલડે
મારી પિયુને સંગ હોળીનો રંગ માણવો છે
બસ મારે તો લાલ ચટક થઈ જવું છે
ને એની ઉડતી ઓઢણીના છેડે છુપાઈ જવું છે
ને એના ચાંદ શા મુખડામાં
શરદ પૂનમની રાત થઈ જવું છે
પરોવીને હાથમાં હાથ ક્યાંક ભૂલા પડી જવું છે.

43. ડંખ આપતા સંબંધો

વારેઘડીએ ડંખ આપતા સંબંધો ને ક્યારેક
બિલકુલ કાપીને તો જુઓ જરા
જીવવાની એક અનેરી લિજ્જત આવશે
જિંદગીના રસ્તા ઘણા ઉબડખાબડ છે
તેને જો સપાટ ના કરો તો
જિંદગીનું રગશિયું બળદગાડું ગુલાંટ ખાઈ જાશે
લાગણીને કાયમ ગળે લગાડ્યા રાખશો તો
બુઘ્ધિ બુઠાઈ જશે
આમે ય ખબર છે ને અવધૂત
ચમત્કાર વગર નમસ્કાર થોડા થાય
સારું તો સૌનું કરવું છે તમારે પણ
પ્રતિષ્ઠા તમારી દાવમાં મૂકીને તો થોડું થાય ?
કરગરીને થોડું થાય ?
ભલે રહ્યા તમો મજબૂત મનોબળવાળા,
પણ જાણે કે તમને કશી ય ગતાગમ ના પડતી હોય
તેવા ડફોળ સાબિત કરી દેશે દુનિયા
ભોળપણ એટલું બધું પણ નહીં સારું
જીવવા દો તેમને તેમની રીતે
થોડા અથડાશે, ફૂટાશે, આવી જશે બધું ઠેકાણે
ચિંતા કરવી શીદને આપણે
લાગણી જો હોય તેમનાં વિશે તો ભલેને
અંદર ધરબીને સાચવી રાખો
ક્યારેક તેમની વિપરિત પરિસ્થિતિમાં
પ્રવાહી કરીને પીવડાવશું તમને
હાલ તો જરા ઠરી જાઓ
સંબંધોને ફ્રીઝ કરી જાઓ.

44. જિંદગીની સફળતા

જિંદગીની સફળતાના રસ્તે આગળ વધતાં આપણે
પુલ નથી બાંધતા, દીવાલો ચણતાં જ રહ્યાં છીએ
જે દીવાલો ક્યારે આપણને
ઘેરી વળે કે એકલા પાડી દે
તેની પણ આપણને નથી ખબર
પછી જિંદગીના રસ્તે એકલા અટૂલા
ભૂલા પડી જઈએ છીએ આપણે
મજબૂત હોવાનાં બનાવટી મહોરાં
પહેરી લઈએ છીએ આપણે
કોઈની પણ જરૂર નથી
એવું આસાનીથી કહીં દઈએ છીએ આપણે
પણ, જ્યારે એ સમજાય છે કે કોઈની જરૂર છે
ત્યારે સાથે સાથે એ પણ સમજાય છે કે
કોઈક આપણને મદદ કરવા આવ્યું હતું અને
આપણે જ તેકોઈને વારાફરતી
દૂર ધકેલી દીધા હતા
એટલા દૂર કે પાસે આવવા માગે તો પણ
આપણી જ ચણેલી દીવાલો
તેમને આવવા જ ન દે
મોડે મોડે સમજાય છે કે આપણે
તે મહોરાં ફંગોળી;
જરા ઈગોના આવરણને હટાવીને
જોયું હોત તો કેટલું સારું ?
પણ સમય તો ચંચળ ઝરણાં જેવો હોય છે
તેને તો બંને તેટલી ત્વરાથી
ગતિથી આગળ વધી જવાનું હોય છે
વસંતી વાયરાંને થોડો રોકી શકાય ?

બળબળતી બપોરના દઝાડતી લૂને
થોડી રોકી શકાય?
ઘૂઘવતા સાગરના અફડાતા મોજાને
થોડું અફડાતું રોકી શકાય ?
ને જે આપણા હાથમાં જ નથી
તેની ચિંતા કર્યા વગર
ગમે તેવા તોફાનો સ્વીકારી લઈને
શીતળ ચાંદની શિતળતા ને
અનિલની લહેરખીઓ તો જરૂર માણી શકાય
જો સાબૂત મન હોય ને
એક આગવો આત્મવિશ્વાસ હોય તો
પછી ચિંતા શીદને કરવી અવધૂત ?

45. શબ્દકોશની બહારનો એક સંબંધ

શબ્દકોશની બહારનો પણ એક સંબંધ હોય છે
લેવડ દેવડ સિવાયનો,
સંવેદના અને સમજદારીનો પણ એક સબંધ હોય છે..
સાચા અર્થમાં અર્ધાંગિની બનાવીને,
આંખમાંથી આંસુ નહીં વહાવવા દઈને,
ગાલમાં ખંજન પડવા દે...

એવો પણ એક સબંધ હોય છે...
પ્રથાનો કિલ્લો તો ઘણો મજબૂત હોય છે,
ને દુનિયાની નજરો તળે તમને ડારતો હોય છે...
પણ આપણાપણું ના ખોવાય તેનું ધ્યાન દેતો
પણ એક સંબંધ હોય છે...
વાતે વાતે કોઈ જુએ તો શું? નો ડર ફૂંકી દઈને,
આશ્લેષમાં આવી જતો
પણ એક સંબંધ હોય છે..

તો આટલાં ગભરાતા રહીને ડરો છો કેમ ના ?
માંડ માંડ મળેલી તમારી પ્રેમભરી ક્ષણોને,
તમારા શ્વાસમાં ભરી લો ને પછી જુઓ,
તમારો ને મારો પણ એક સંબંધ હોય છે...

46. સવાર સુધારી દીધી

આજની આ સવાર સુધારી દીધી તે,
તારા સોણલાં ને સહારે આંખ મીંચી ને પડ્યો હતો ને
તારી યાદોના સહારે શ્વાસ ભરતો.....

મારા હ્રદયના સાગરની ભરતી ને
તારી પુનમના ચાંદ શી યુવાની...
હણહણતા અશ્વની જેમ આવી ગઈ...

બેઠો છું હજારો જોજન દૂર તારાથી પણ લાગે છે કે..
મારી મર્દાના પહોળી છાતીમાં
પારેવડાની જેમ લપાઈ ગઈ છે તું...

તને આમ તો ક્વચિત જ મળ્યો છું પણ...
યુગોથી સાથે જીવ્યા હોય એવો ભાસ કરાવે છે તું !

મારી ચાદરમાં પડેલા સળ જોઈ
મારા રતુંમડા ગાલ ગુલાબી થઈ જાય છે
તારી સાથેના વહેલી પરોઢના સોણલાંમાં
આજે ગુલાબી પરોઢ ઊગ્યું છે ને..
બધું રળીયામણું લાગે છે.. જીવન ભર્યું ભાદર્યું લાગે છે..!

તારી નેતર શી નાજુક ફરેલી મારી કરાંગુલિઓનો
મીઠો સ્પર્શ હજુયે સળવળે છે મારી હથેળીની રેખાઓમાં..!
બસ હવે તો થાય છે કે તારી સમીપે આવીને !
એક જ ડગરમાં... પા... પા... પગલી પાડીએ...

47. મને એકલો મૂકીને

અપી હતી ખારાશ,
હજીયે ચચરે છે મારી આંખો મહીં..!!

માન્યા હતા સ્નેહ બાંધવો તમને,
જકડી રાખશું સ્નેહની સાંકળે......!!

બનશું સાઝેદાર સુખદુઃખના એકબીજાના, પણ...?
જલન તમારી જીતી ગઈ... મને એકલો મૂકીને...!!

હજીય તમો એ ભૂલી જાઓ છો કે આપણે ગામને પાદરે
સ્નેહના અડકાદડકા રમતા...હું ને તમે... કબ્બડી રમતા..

થયા સહેજ મોટાને કમાતા થયા..
વછૂટી ગયા એ સ્નેહના તાણાવાણા..!!

આડશની અભેદ્ય દીવાલો ચણી લીધી તમે,
ને ભનક પણ ન આવવા દીધી મને...

હા, હવે તો પ્રેમનું નાનું શું બાકોરું પાડીશું...!
એ આડસની દીવાલમાં.......!!

મૂકી દો મન મોકળું હવે તો આપણે ફરી નવેસરથી...
સ્નેહના સરોવરિયામાં બસ ભીંજાયા કરીશું...!!

48. ઝાંઝર ઝણક્યા

કોઈ તો આવીને લઈ આપે મને ગુલાબનો ગોટો
અડધી રાતે ઝાંઝર ઝણક્યાની યાદ આવી....!
શ્યામ સમણું ખર્યું ને તારી યાદ આવી.....
ભર રે બપોરે મારા કમખાની ગાંઠ,
મોરલો થઈ ને ગહેંકી...!

બળબળતા બપોરના ઊના ઊના નિસાસા,
મારા સૂકાભંઠ વેરાન હૃદયે ભોંકાયા...!
સાવ જ સૂકા થઈ ગયા ઓલ્યા ટોડલાના મોર...
પ્રિત્યુનાં પારેવડાં પ્રગટી ઊઠ્યાં ચોગરદમ...!
વનવગડે મોહર્યા ઓલ્યા કેસુડાનાં ફૂલ....!

આવને મારા શામળીયા,
આજ આપણે રાસે રમીએ....!
મનમાં ધરબાયેલી વાત્યુંનાં ઊભેણાં ઉલેચીએ...
શેરીમાં રમતા મારા સાવ જ સૂના નિસાસા,
પ્રિત્યુ આયાની મીઠી વાત્યું લઈને આવે....!

કોઈક તો આ વેળા લંબાવી દે હવે,
સોણલાંની મીઠી મધ રાતલડી પૂરી થવાની,
વેળા ઢૂંકળી આયી હવે તો..
વાલમ સંગ રચશું જીવનના અષ્ટકોણો...!

લાવને તારો હાથ,
આપણે ઝરણું બની જાઈએ..!
ધીરગંભીર સરિતા બની
તું વાલમના અંકોમાં સમાઈ જા ને...!

49. નરીનીતરી

તું એક નખશિખ નરીનીતરી સ્ત્રી છે.
તારી એક આગવી અદા છે,
મીઠી નજાકત છે..!
તારી આંખોમાં છણ઼કા છે..
ને આંખને ખૂણે છુપાયેલા આંસુ છે.
સહેજ મોકો મળે ને ટપકી પડે એવાં..!
તારી એક આગવી લચક છે..
લટકાળી ચાલ છે...
તારામાં વર્ષાના પ્રથમ આગમને
આવતી મીઠી મહેક છે..!
રુપાની ઘંટડી જેવો મીઠો અવાજ છે...!
મને દબાવવો, ખખડાવવો હોય
ત્યારે સુર તારો બદલાય છે.
તું હરપળે બદલાઈ જાય છે,
હજી હું તને સમજ્યો નથી.
સવારે હોય જુદી,
ને સાંજે હોય કંઈક જુદી..!
ગૂંચવણમાં અટવાઈ ગયો છું
ક્યારેક થાય છે કે,
હું આ ઘરનો પરોણો તો નથી ને..?
આમ તો હું સાવજ થઈ ને ફરું છું બધે પણ
ઘરને ઊંબરે પગ મૂકતાં જ....
સીધો દોર થાઈ જાઉં છું..!
શું આનું નામ પ્રેમ હશે કે પછી ભીતિ !
આટલું બધું ડારવાનું છોડી દે ને મારી પિયુ..!
તું તો એક નખશિખ નરીનીતરી સ્ત્રી છે......!